When I Am Gloomy
ਜਦੋਂ ਮੈਂ ਉਦਾਸ ਹੁੰਦੀ ਹਾਂ

Sam Sagolski
Illustrated by Daria Smyslova

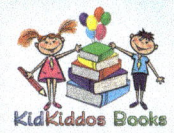

www.kidkiddos.com
Copyright ©2025 by KidKiddos Books Ltd.
support@kidkiddos.com

All rights reserved. No part of this book may be reproduced in any form or by any electronic or mechanical means, including information storage and retrieval systems, without written permission from the publisher, except in the case of a reviewer, who may quote brief passages embodied in critical articles or in a review.
First edition, 2025

Translated from English by Amandeep Kaur
ਅੰਗਰੇਜ਼ੀ ਤੋਂ ਅਨੁਵਾਦ: ਅਮਨਦੀਪ ਕੌਰ

Library and Archives Canada Cataloguing in Publication
When I Am Gloomy (English Punjabi Bilingual edition)/Shelley Admont
ISBN: 978-1-0497-0728-0 paperback
ISBN: 978-1-0497-0729-7 hardcover
ISBN: 978-1-0497-0730-3 eBook

Please note that the English and Punjabi versions of the story have been written to be as close as possible. However, in some cases they differ in order to accommodate nuances and fluidity of each language.

One cloudy morning, I woke up feeling gloomy.

ਇੱਕ ਬੱਦਲਾਂ ਵਾਲੀ ਸਵੇਰ ਸੀ। ਮੈਂ ਉੱਠੀ ਤਾਂ ਮੈਨੂੰ ਬਹੁਤ ਉਦਾਸੀ ਮਹਿਸੂਸ ਹੋ ਰਹੀ ਸੀ।

I got out of bed, wrapped myself in my favorite blanket, and walked into the living room.

ਮੈਂ ਬਿਸਤਰੇ ਤੋਂ ਉੱਠੀ, ਆਪਣੀ ਮਨਪਸੰਦ ਕੰਬਲ ਵਿੱਚ ਆਪਣੇ ਆਪ ਨੂੰ ਲਪੇਟਿਆ, ਅਤੇ ਬੈਠਕ ਵਿੱਚ ਚਲੀ ਗਈ।

"Mommy!" I called. "I'm in a bad mood."

"ਮਾਂ!" ਮੈਂ ਬੁਲਾਇਆ। "ਮੈਂ ਅੱਜ ਬਹੁਤ ਉਦਾਸ ਹਾਂ।"

Mom looked up from her book. "Bad? Why do you say that, darling?" she asked.

ਮਾਂ ਨੇ ਕਿਤਾਬ ਤੋਂ ਅੱਖਾਂ ਚੁੱਕੀਆਂ ਤੇ ਕਿਹਾ, "ਉਦਾਸ ਹੈ? ਕਿਉਂ, ਮੇਰੀ ਬੇਟੀ?"

"Look at my face!" I said, pointing to my furrowed brows. Mom smiled gently.

ਆਪਣੀਆਂ ਉਦਾਸ ਅੱਖਾਂ ਵੱਲ ਇਸ਼ਾਰਾ ਕਰਦਿਆਂ ਮੈਂ ਕਿਹਾ "ਮੇਰੇ ਵੱਲ ਦੇਖੋ!"। ਮਾਂ ਹੌਲੀ ਜਿਹੀ ਮੁਸਕੁਰਾਈ।

"I don't have a happy face today," I mumbled. "Do you still love me when I'm gloomy?"

ਮੈਂ ਹੌਲੀ ਆਵਾਜ਼ ਵਿੱਚ ਕਿਹਾ "ਅੱਜ ਮੇਰੇ ਚਿਹਰੇ 'ਤੇ ਖ਼ੁਸ਼ੀ ਨਹੀਂ ਹੈ,"। "ਜਦੋਂ ਮੈਂ ਉਦਾਸ ਹੁੰਦੀ ਹਾਂ, ਕੀ ਤੁਸੀਂ ਮੈਨੂੰ ਉਦੋਂ ਵੀ ਪਿਆਰ ਕਰਦੇ ਹੋ"?

"Of course I do," Mom said. "When you're gloomy, I want to be close to you, give you a big hug, and cheer you up."

"ਬਿਲਕੁਲ ਕਰਦੀ ਹਾਂ," ਮਾਂ ਨੇ ਕਿਹਾ। "ਜਦੋਂ ਤੂੰ ਉਦਾਸ ਹੁੰਦੀ ਹੈਂ, ਮੈਂ ਤੇਰੇ ਕੋਲ ਆ ਕੇ, ਤੈਨੂੰ ਘੁੱਟ ਕੇ ਜੱਫੀ ਪਾ ਕੇ ਤੈਨੂੰ ਖ਼ੁਸ਼ ਕਰਨਾ ਚਾਹੁੰਦੀ ਹਾਂ।"

That made me feel a little better, but only for a second, because then I started thinking about all my other moods.

ਇਹ ਸੁਣ ਕੇ ਮੈਨੂੰ ਕੁੱਝ ਸਮੇਂ ਲਈ ਥੋੜ੍ਹਾ ਵਧੀਆ ਲੱਗਿਆ, ਫਿਰ ਮੈਂ ਆਪਣੇ ਚੰਗੇ ਖੁਸ਼ੀ ਦੇ ਖਿਆਲਾਂ ਬਾਰੇ ਸੋਚਣ ਲੱਗ ਪਈ।

"So... do you still love me when I'm angry?"
"ਤਾਂ… ਕੀ ਤੁਸੀਂ ਮੈਨੂੰ ਉਦੋਂ ਵੀ ਪਿਆਰ ਕਰਦੇ ਹੋ, ਜਦੋਂ ਮੈਂ ਗੁੱਸੇ ਵਿੱਚ ਹੁੰਦੀ ਹਾਂ?"

Mom smiled again. "Of course I do!"
ਮਾਂ ਫਿਰ ਮੁਸਕੁਰਾਈ। "ਬਿਲਕੁਲ ਕਰਦੀ ਹਾਂ!"

"Are you sure?" I asked, crossing my arms.
"ਤੁਹਾਨੂੰ ਪੱਕਾ ਯਕੀਨ ਹੈ?" ਮੈਂ ਹੈਰਾਨ ਹੋ ਕੇ ਪੁੱਛਿਆ।

"Even when you're mad, I'm still your mom. And I love you just the same."

"ਹਾਂ, ਭਾਵੇਂ ਤੂੰ ਗੁੱਸੇ ਵਿੱਚ ਵੀ ਹੋਵੇਂ, ਮੈਂ ਤੇਰੀ ਮਾਂ ਹਾਂ, ਅਤੇ ਤੈਨੂੰ ਓਸੇ ਤਰ੍ਹਾਂ ਹੀ ਪਿਆਰ ਕਰਦੀ ਹਾਂ।"

I took a big breath. "What about when I'm shy?" I whispered.

ਮੈਂ ਇੱਕ ਡੂੰਘੀ ਸਾਹ ਲਿਆ। "ਫਿਰ ਜਦੋਂ ਮੈਂ ਸ਼ਰਮਾਉਂਦੀ ਹੁੰਦੀ ਹਾਂ?" ਮੈਂ ਹੌਲੀ ਜਿਹੀ ਪੁੱਛਿਆ।

"I love you when you're shy too," she said. "Remember when you hid behind me and didn't want to talk to the new neighbor?"

ਮਾਂ ਨੇ ਕਿਹਾ, "ਜਦੋਂ ਤੂੰ ਸ਼ਰਮਾਉਂਦੀ ਹੈਂ, ਮੈਂ ਤੈਨੂੰ ਉਦੋਂ ਵੀ ਪਿਆਰ ਕਰਦੀ ਹਾਂ,"। "ਯਾਦ ਹੈ, ਜਦੋਂ ਤੂੰ ਮੇਰੇ ਪਿੱਛੇ ਲੁਕ ਗਈ ਸੀ ਤੇ ਨਵੇਂ ਆਏ ਗਾਵਾਂਢੀ ਨਾਲ ਗੱਲ ਨਹੀਂ ਕਰਨਾ ਚਾਹੁੰਦੀ ਸੀ?"

I nodded. I remembered it well.

ਮੈਂ ਸਿਰ ਹਿਲਾਇਆ। ਮੈਨੂੰ ਉਹ ਪਲ ਚੰਗੀ ਤਰ੍ਹਾਂ ਯਾਦ ਸੀ।

"And then you said hello and made a new friend.
I was so proud of you."

"ਅਤੇ ਫਿਰ ਤੂੰ 'ਹੈਲੋ' ਕਿਹਾ ਤੇ ਇੱਕ ਨਵਾਂ ਦੋਸਤ ਬਣਾ ਲਿਆ। ਮੈਨੂੰ ਤੇਰੇ ਤੇ ਬਹੁਤ ਮਾਣ ਹੋਇਆ ਸੀ," ਮਾਂ ਨੇ ਕਿਹਾ।

"Do you still love me when I ask too many questions?" I continued.

ਮੈਂ ਦੁਬਾਰਾ ਪੁੱਛਿਆ, "ਕੀ ਤੁਸੀਂ ਮੈਨੂੰ ਉਦੋਂ ਵੀ ਪਿਆਰ ਕਰਦੇ ਹੋ, ਜਦੋਂ ਮੈਂ ਬਹੁਤ ਸਾਰੇ ਸਵਾਲ ਪੁੱਛਦੀ ਹਾਂ?"

"When you ask a lot of questions, like now, I get to watch you learn new things that make you smarter and stronger every day," Mom answered. "And yes, I still love you."

ਮਾਂ ਨੇ ਮੁਸਕਰਾ ਕੇ ਕਿਹਾ "ਜਦੋਂ ਤੂੰ ਬਹੁਤ ਸਾਰੇ ਸਵਾਲ ਪੁੱਛਦੀ ਹੈਂ, ਮੈਂ ਇਹ ਦੇਖ ਕੇ ਖੁਸ਼ ਹੁੰਦੀ ਹਾਂ ਕਿ ਤੂੰ ਹਰ ਰੋਜ਼ ਨਵੀਆਂ-ਨਵੀਆਂ ਚੀਜ਼ਾਂ ਸਿੱਖ ਰਹੀ ਹੈਂ, ਜ਼ਿਆਦਾ ਸਮਝਦਾਰ ਤੇ ਮਜ਼ਬੂਤ ਬਣ ਰਹੀ ਹੈਂ। ਹਾਂ, ਮੈਂ ਤੈਨੂੰ ਉਦੋਂ ਵੀ ਪਿਆਰ ਕਰਦੀ ਹਾਂ।"

"What if I don't feel like talking at all?" I continued asking.
"ਤੇ ਜਦੋਂ ਮੈਨੂੰ ਗੱਲ ਕਰਨੀ ਚੰਗੀ ਨਹੀਂ ਲੱਗਦੀ?" ਮੈਂ ਫ਼ਿਰ ਪੁੱਛਿਆ।

"Come here," she said. I climbed into her lap and rested my head on her shoulder.
"ਇੱਧਰ ਆ," ਮਾਂ ਨੇ ਕਿਹਾ। ਮੈਂ ਉਸਦੀ ਗੋਦ ਵਿੱਚ ਬੈਠ ਗਈ ਤੇ ਆਪਣਾ ਸਿਰ ਉਸਦੇ ਮੋਢੇ 'ਤੇ ਰੱਖ ਲਿਆ।

"When you don't feel like talking and just want to be quiet, you start using your imagination. I love seeing what you create," Mom answered.

"ਜਦੋਂ ਤੂੰ ਚੁੱਪ ਰਹਿਣਾ ਚਾਹੁੰਦੀ ਹੈਂ, ਤੂੰ ਆਪਣੇ ਸੁਪਨੇ ਬੁਣਨ ਲੱਗਦੀ ਹੈਂ। ਮੈਨੂੰ ਇਹ ਸਭ ਵੇਖ ਕੇ ਬਹੁਤ ਖ਼ੁਸ਼ੀ ਹੁੰਦੀ ਹੈ।"

Then she whispered in my ear, "I love you when you're quiet too."

ਮਾਂ ਨੇ ਧੀਮੀ ਆਵਾਜ਼ ਚ'ਕਿਹਾ, "ਮੈਂ ਤੈਨੂੰ ਉਦੋਂ ਵੀ ਪਿਆਰ ਕਰਦੀ ਹਾਂ, ਜਦੋਂ ਤੂੰ ਚੁੱਪ ਹੁੰਦੀ ਹੈਂ।"

"But do you still love me when I'm afraid?" I asked.

ਮੈਂ ਪੁੱਛਿਆ, "ਪਰ ਜਦੋਂ ਮੈਨੂੰ ਡਰ ਲੱਗਦਾ ਹੈ, ਤੁਸੀਂ ਮੈਨੂੰ ਉਦੋਂ ਵੀ ਪਿਆਰ ਕਰਦੇ ਹੋ?"

"Always," said Mom. "When you're scared, I help you check that there are no monsters under the bed or in the closet."

ਮਾਂ ਨੇ ਕਿਹਾ, "ਹਮੇਸ਼ਾਂ ਹੀ" । "ਜਦੋਂ ਤੈਨੂੰ ਡਰ ਲੱਗਦਾ ਹੈ, ਮੈਂ ਤੇਰੇ ਨਾਲ ਹੁੰਦੀ ਹਾਂ, ਇਹ ਦੇਖਣ ਲਈ ਕਿ ਤੇਰੇ ਬਿਸਤਰੇ ਦੇ ਹੇਠਾਂ ਜਾਂ ਅਲਮਾਰੀ ਅੰਦਰ ਕੋਈ ਰਾਖਸ਼ ਤਾਂ ਨਹੀਂ।"

She kissed me on the forehead. "You are so brave, my sweetheart."

ਉਸ ਨੇ ਮੇਰੇ ਮੱਥੇ ਨੂੰ ਚੁੰਮਿਆ। "ਤੂੰ ਬਹੁਤ ਹਿੰਮਤੀ ਹੈਂ, ਮੇਰੀ ਸੋਹਣੀਏ।"

"And when you're tired," she added softly, "I cover you with your blanket, bring you your teddy bear, and sing you our special song."

"ਅਤੇ ਜਦੋਂ ਤੂੰ ਥੱਕ ਜਾਂਦੀ ਹੈਂ," ਮਾਂ ਨੇ ਹੌਲੀ ਆਵਾਜ਼ ਵਿੱਚ ਕਿਹਾ, "ਮੈਂ ਤੈਨੂੰ ਕੰਬਲ ਨਾਲ ਢਕ ਦਿੰਦੀ ਹਾਂ, ਤੇਰਾ ਟੈਡੀ ਲਿਆਉਂਦੀ ਹਾਂ, ਅਤੇ ਤੈਨੂੰ ਖਾਸ ਲੋਰੀ ਸੁਣਾਉਂਦੀ ਹਾਂ।"

"What if I have too much energy?" I asked, jumping to my feet.

ਮੈਂ ਝੱਟ ਉੱਠ ਕੇ ਪੁੱਛਿਆ । "ਜਦੋਂ ਮੇਰੇ ਵਿੱਚ ਬਹੁਤ ਜੋਸ਼ ਹੁੰਦਾ ਹੈ?"

She laughed. "When you're full of energy, we go biking, skip rope, or run around outside together. I love doing all those things with you!"

ਮਾਂ ਹੱਸਣ ਲੱਗੀ, "ਜਦੋਂ ਤੂੰ ਬਹੁਤ ਜੋਸ਼ ਨਾਲ ਭਰੀ ਹੁੰਦੀ ਹੈਂ, ਅਸੀਂ ਇਕੱਠੇ ਸਾਈਕਲ ਚਲਾਉਂਦੇ ਹਾਂ, ਰੱਸੀ ਟੱਪਦੇ ਹਾਂ, ਜਾਂ ਬਾਹਰ ਦੌੜਦੇ ਹਾਂ । ਮੈਨੂੰ ਤੇਰੇ ਨਾਲ ਇਹ ਸਭ ਕੁਝ ਕਰਨਾ ਬਹੁਤ ਵਧੀਆ ਲੱਗਦਾ ਹੈ!"

"But do you love me when I don't want to eat broccoli?" I stuck out my tongue.

ਮੈਂ ਆਪਣੀ ਜੀਭ ਬਾਹਰ ਕੱਢ ਕੇ ਕਿਹਾ, "ਪਰ ਕੀ ਤੁਸੀਂ ਮੈਨੂੰ ਉਦੋਂ ਵੀ ਪਿਆਰ ਕਰਦੇ ਹੋ, ਜਦੋਂ ਮੈਂ ਬਰਾਕਲੀ ਖਾਣਾ ਨਹੀਂ ਚਾਹੁੰਦੀ?"

Mom chuckled. "Like that time you slipped your broccoli to Max? He liked it a lot."

ਮਾਂ ਮੁਸਕਰਾਈ। "ਜਿਵੇਂ ਉਸ ਵਾਰ ਤੂੰ ਆਪਣੀ ਬਰਾਕਲੀ ਮੈਕਸ ਨੂੰ ਦੇ ਦਿੱਤੀ ਸੀ? ਉਸਨੂੰ ਬਹੁਤ ਪਸੰਦ ਆਈ ਸੀ!"

"You saw that?" I asked.

"ਤੁਸੀਂ ਵੇਖ ਲਿਆ ਸੀ?" ਮੈਂ ਹੈਰਾਨ ਹੋ ਕੇ ਪੁੱਛਿਆ।

"Of course I did. And I still love you, even then."

"ਹਾਂ ਬਿਲਕੁਲ। ਅਤੇ ਮੈਂ ਤੈਨੂੰ ਉਦੋਂ ਵੀ ਪਿਆਰ ਕਰਦੀ ਹਾਂ।"

I thought for a moment, then asked one last question:

ਮੈਂ ਕੁਝ ਪਲ ਸੋਚਿਆ ਅਤੇ ਅਖੀਰਲਾ ਸਵਾਲ ਪੁੱਛਿਆ:

"Mommy, if you love me when I'm gloomy or mad… do you still love me when I'm happy?"

"ਮਾਂ, ਜੇ ਤੁਸੀਂ ਮੈਨੂੰ ਉਦਾਸ ਤੇ ਗੁੱਸੇ ਵਿੱਚ ਪਿਆਰ ਕਰਦੇ ਹੋ, ਤਾਂ ਕੀ ਤੁਸੀਂ ਮੈਨੂੰ ਖ਼ੁਸ਼ ਹੋਣ 'ਤੇ ਵੀ ਪਿਆਰ ਕਰਦੇ ਹੋ?"

"Oh, sweetheart," she said, hugging me again, "when you're happy, I'm happy too."

"ਓ ਮੇਰੀ ਪਿਆਰੀ ਬੱਚੀ," ਮਾਂ ਨੇ ਮੈਨੂੰ ਘੁੱਟ ਕੇ ਜੱਫੀ ਪਾਉਂਦਿਆਂ ਕਿਹਾ, "ਜਦੋਂ ਤੂੰ ਖ਼ੁਸ਼ ਹੁੰਦੀ ਹੈਂ, ਮੈਂ ਵੀ ਖ਼ੁਸ਼ ਹੁੰਦੀ ਹਾਂ।"

She kissed me on the forehead and added, "I love you when you're happy just as much as I love you when you're sad, or mad, or shy, or tired."

ਉਸ ਨੇ ਮੇਰੇ ਮੱਥੇ ਨੂੰ ਚੁੰਮਿਆ ਤੇ ਕਿਹਾ, "ਮੈਂ ਤੈਨੂੰ ਉਦੋਂ ਵੀ ਪਿਆਰ ਕਰਦੀ ਹਾਂ ਜਦੋਂ ਤੂੰ ਖ਼ੁਸ਼ ਹੁੰਦੀ ਹੈਂ, ਉਦਾਸ ਹੁੰਦੀ ਹੈਂ, ਗੁੱਸੇ ਵਿੱਚ ਜਾਂ ਸ਼ਰਮਾਉਂਦੀ, ਜਾਂ ਥੱਕੀ ਹੋਈ।"

I snuggled close and smiled. "So… you love me all the time?" I asked.

ਮੈਂ ਆਪਣੀ ਮਾਂ ਦੇ ਕੋਲ ਜਾਂ ਕੇ ਮੁਸਕੁਰਾਈ। "ਤਾਂ ਤੁਸੀਂ ਮੈਨੂੰ ਹਰ ਵੇਲੇ ਪਿਆਰ ਕਰਦੇ ਹੋ?" ਮੈਂ ਪੁੱਛਿਆ।

"All the time," she said. "Every mood, every day, I love you always."

"ਹਾਂ, ਹਰ ਵੇਲੇ," ਮਾਂ ਨੇ ਕਿਹਾ। "ਹਰ ਮੂਡ ਵਿੱਚ, ਹਰ ਦਿਨ — ਮੈਂ ਤੈਨੂੰ ਹਮੇਸ਼ਾਂ ਪਿਆਰ ਕਰਦੀ ਹਾਂ।"

As she spoke, I started feeling something warm in my heart.

ਉਸ ਦੀਆਂ ਗੱਲਾਂ ਸੁਣ ਕੇ ਮੇਰੇ ਦਿਲ ਵਿੱਚ ਪਿਆਰ ਭਰਿਆ ਅਹਿਸਾਸ ਆ ਗਿਆ।

I looked outside and saw the clouds floating away. The sky was turning blue, and the sun came out.

ਮੈਂ ਖਿੜਕੀ ਵੱਲ ਵੇਖਿਆ — ਬੱਦਲ ਉੱਡ ਰਹੇ ਸਨ। ਅਸਮਾਨ ਨੀਲਾ ਹੋ ਰਿਹਾ ਸੀ, ਤੇ ਸੂਰਜ ਚਮਕਣ ਲੱਗ ਪਿਆ ਸੀ।

It looked like it was going to be a beautiful day after all.

ਇੰਝ ਲੱਗ ਰਿਹਾ ਸੀ ਜਿਵੇਂ ਅੱਜ ਦਾ ਦਿਨ ਬਹੁਤ ਸੋਹਣਾ ਹੋਣ ਵਾਲਾ ਹੈ।